நகரும் நட்சத்திரங்கள்

அன்பரசு மணி

ஏலே பதிப்பகம்

நகரும் நட்சத்திரங்கள்– ஐக்கூ
© அன்பரசு மணி 2021
எழுத்தாளர்: அன்பரசு மணி

முதல் பதிப்பு: நவம்பர் 2021

வெளியீடு:
ஏலே பதிப்பகம்
5/175, பாத்திமா நகர்,
கூத்தென்குழி,
திருநெல்வேலி – 627104
தொடர்புக்கு: 9944992571

Nagarum natchathirangal - Haiku
All Copy Rights Reserved By © Anparasu mani2021
Author: Anbarasu Mani
First Edition: November 2021

Published By:
Aelay Publish
5/175, Fathima nagar,
Kuthenkuly,
Tirunelveli -627104
Phone: 9944992571

Design And Executed by

ISBN : 978-93-5533-120-5
Page : 77

காணிக்கை

உயிர் கொடுத்த கடவுளுக்கும்
உதிரத்தின் உணர்வாகும் உறவுகளுக்கும்
தேவன் கொடுத்த தேவதைகளுக்கும்
முதல் விரும்பி நண்பிகளுக்கும்
அன்பை நேசிக்கும் அன்புள்ளங்களுக்கும்

இத் தொகுப்பினை
அன்பினால் காணிக்கையாக்கிறேன்

என்னுரை,

என் வானில் என் கற்பனை அலாதியாக மின்னுகிறது நட்சத்திரங்களாக. அந்த நட்சம அங்கும் இங்கும் எங்கும் திசை அறியா காற்றாக நகர்ந்து நகர்வலம் சென்றது.

நகரும் நட்சத்திரங்களை பின்தொடர்ந்து நானும் ஊர் சுற்றுவதும் உணவுகள் ருசிப்பதும் முகமறியா மனிதர்களின் அகம் கண்டு அன்புக் கொண்டு பழகுதல் என்று வாழ்க்கை நகரும் நட்சத்திரங்களோடு நகர்ந்து போகிறேன்.

நகர்ந்து சென்ற நட்சத்திரங்கள் அன்றொரு இரவில் தேவதையுடன் வந்து என்னைய் சந்தித்தது. உன் எழுத்துக்கள் வாசிக்கும் தருணத்தில் உணரும் பொழுதுகளில் ரசிக்கும்படியுள்ளது. உனது ஆழ்மனதின் கற்பனை அலாதியாக மின்னுகிறது. அந்த மின்னும் கற்பனைகளை சொற்களாக மாற்றி குறுங் கவிதையாக ஓர் ஐக்கூவை எழுதி நகரும் நட்சத்திரமாய் மிளிரசெய் இந்த உலகை.

தமிழனாய் பிறந்தது நினைத்து பெருமை கொள்கிறேன். பிறமொழி கலப்பில்லாமல் எனக்கு தெரிந்த தனித்தமிழில் உறவுகளுடன் நேரில் பேசும் போதும், எழுதும் போது இணையத்தின் வழியாக தட்டச்சு உரையாடும் பொழுதிலும் தனித்தமிழிலே பெரும்பாலும் உரையாடுகிறேன். தமிழுக்கு நான் செய்யும் மிகப்பெரிய காணிக்கையாகும்.

அன்பரசு மணி

இயற்கையிடம் இறைவன்
மனம் வருந்தினான்
மனிதர்களைப் படைத்ததற்கு

மின்மினிப் பூச்சிகள்
விஞ்ஞானி வீட்டில்
மெழுகுவர்த்திகள்

விலை உயர்வால்
மண்ணில் வீசிய
பூக்களின் மனம்

சமுத்திர நீராக
வானத்தில் சங்கமித்தது
இடி மழை மின்னல்

நள்ளிரவு காத்திருப்பு
பூக்கடை மாலைகள்
விடிந்தும் பிணத்திற்க்காக

புல்லாங்குழல் உறங்கியது
தவளையின் கச்சேரி
மூங்கில் காட்டில்

மரங்களின் சாபம்
நெடுஞ் சாலைகளில்
விபத்துகள்

அமைதியும்
வியாபார யுக்திதான்
போர் யுத்தத்தில்

புலம்பெயர்ந்த மீன்கள்
கடவுச்சீட்டு இல்லாமல்
கடல் தாண்டிப் பயணம்
பிடிப்பட்டது மீனவன் வலையில்

சோளகாட்டு பொம்மைக்கு
சொல்லி சென்றது மரணத்தை
அறுவடை நெல்கள்

தெருக்களின் சாக்கடை
சட்ட சபையில் ஓடியது
விவாதத்தில்

வானத்தில்
எல்லைக் கோடு
வானூர்தி தடத்தில்

மார்கழிப் பனியில்
காதல் மலர்ந்தது
வண்டுக்கும் பூவுக்கும்

நிலவுக்கு துணையாக
விண்மீன்கள் தேய்கிறது
அமாவாசை நாளுக்கு

சில்லறையோடு
பிச்சைக்காரர்கள் கூட்டம்
வங்கியமைப்பது தொடர்பாக

மேடு பள்ளங்களில்
நிரம்பிய தண்ணீர்
மழைநீர் சேமிப்பு

நிர்வாணம் ஆனது
மரங்கள் அத்தனையும்
இலையுதிர் காலத்தில்

பல ஊர்களின்
மலர்கள் சந்திப்பு
இறுதிச் சடங்கில்

பட்டை தீட்டாமல்
வைரமாக மிண்ணுகிறது
விண்மீன்கள்

பேரம் பேச முடியவில்லை
எதை எடுத்தாலும்
பத்து ரூபாய் கடையில்

இலையுதிர்ந்த மரங்கள்
தெருவிளக்காக
நிலவின் வெளிச்சம்

தொலைவில் மின்னல்
அழகில் சிரிக்கிறேன்
அங்கோ அழுகுரல்

திருமணம் ஆகாமல்
விதவையானன்
ஒருதலை காதலன்

வீசும் பூக்களில்
ஊரே மனக்கிறது
இறுதிச் சடங்கில்

அன்பரசு மணி

பூவும் உண்டு
தலையும் உண்டு
வைக்க யாருமில்லை
கைம்பெண்ணிடம்

மார்கழிப் பனியில்
பூக்களுக்கு வியர்க்கிறது
வண்டை கண்டதும்

பிணவறையில்
ஆவிகள் பறக்கிறது
சூடான தேநீரிலிருந்து

காற்று வீசும்
இடத்திலே விற்கப்படுகிறது
வண்ண விசிறிகள்

நிலவின் அளவு மாறினாலும்
நிறம் மாறுவதில்லை
குழந்தைக்கு

உதிர்ந்த மரத்தின்
சருகுகள் அத்தனையும்
உரமானது மரத்துக்கே

அலைக்கடலின் ஓலம்
வலைகளில் சிக்காத
புலம்பெயர்ந்த மீன்கள்

அமாவாசை இருளில்
அத்தனைப் பூக்களும்
கருப்பு தான்

அன்பரசு மணி

செல்லாத ருபாய் நோட்டுகள்
செல்லுபடியானது
பழையப் பொருளோடு

        ஒவ்வொரு மழைத்துளி
        குளமாக தேங்கியது
        நினைவுகள்

எதிர்கால கனவு
வறுமையின் செலவில்
தெரிந்துவிடும்
நிகழ்காலத்தில்

        பறித்து சென்றப் பூ
        உதிர்ந்து வாடியது
        சொல்லாத காதலில்

பிடிப்பதற்கு முன்
விலை பாருங்கள்
பிடிக்காமல் போகலாம்
சவுளிக்கடை துணிகள்

காதலர் நாள்
காதலர்கள் காத்திருப்பு
ஆண்டுக்கு ஒருமுறை

ஒரே நேரத்தில்
பதிலும் கேள்வியும்
மௌனம் கலைந்தது

ஆணின் வெட்கம்
பெண்ணின் கர்வம்
புரட்சி காதலானது

பனி சிந்தி
குளித்தப் பூக்களை
துவட்டியது சூரியன்

இரவில் மின்னும்
நட்சத்திரங்கள்
முன்னோர்கள் கவனிப்பது

தவளைகள் கச்சேரியில்
கண்டுபிடிக்க முடியவில்லை
இசை வாத்தியங்களை

ஆண்களின் தீட்டு
பிணத்தை தொட்டால்
பெண்ணின் தீட்டு
பிணமாகும் வரையில்

குழந்தையின்
கிறுக்கல்களை திட்டாதீர்கள்
அவர்கள் தன்னைத்தானே
தீட்டிக் கொள்கிறார்கள்

மேல்நாட்டு உணவு வந்தது
நம்நாட்டு உணவு மறந்தது
நாட்டு வைத்தியமும் தான்

அதிகாலை மரணச்செய்தி
நேற்றிரவு கட்டிய
மாலைகள் மகிழ்ச்சி

கனவும் கற்பனையும்
ஒன்றாக நிறைவேறியது
பகலின் உறக்கத்தில்

அன்பரசு மணி

கள்ளிக்காட்டில்
ஒரு மல்லி
பறித்தாள் கள்ளி

பேசும் மொழிகள்
புரிவதில்லை
கேட்க தூண்டுது
மழலைகள் பேச்சு

நிலையற்ற
இன்பம் துன்பம்
ஓய்வெற்ற
கடலலைப் போன்றது

எத்தனை முறை
எல்லா வகையிலும்
இயற்கை உரக்க சொன்னாலும்
கேட்பதில்லை மனிதர்கள்

உதிரம் கொடுத்து
உயிரை காப்போம்
கொசுக்களுக்கு அல்ல
உறவுகளுக்கு

ஓவியப் போட்டியில்
போட்டி போட்டு
பங்கு கொண்டார்கள்
இயற்கையை

கடுமையான வெயில்
பெரும் மழையால்
மின்னலாய் கோடுகள்
சட்டையில் உப்பு

உண்ணாநிலைப் போராட்டம்
நண்பகல் முடிந்ததும்
மட்டன் பிரியாணி விருந்துண்டு
பெருந் தலை(வரு)க்கு

ஒவ்வொரு நாளும்
சிந்தும் மழைத்துளி
குளமாக தேங்கியது
நினைவுகள்

அவள் வருவதை
கொலுசு எச்சரித்தது
மறைந்துக் கொள்

வெளியே சொகுசு கார்
வங்கி உள்ளே நின்றான்
மகிழுந்து கடனுக்கு

வளர்த்த தெருநாய்க்கு
தெருவில் மரணம்
வெறிநாய் ஆனதால்

இறுதிச்சடங்கு
பூக்களின் மனம்
ஊரே மணவீசுது

உறிஞ்சு எடுத்த வேலையில்
குளமாக நிரம்பியது
சொட்டாக வழிகிறது கூலி

நூலகத்தில் நூல்கள்
உறங்கி கிடக்கின்றன
எவரும் வாசித்து எழுப்பாமல்

அவள் இதழ்
ஈரம் காயவில்லை
ஒருவனின் முத்தம்
பதிந்திருக்கிறது
அதுவும் நான்தான்.

இதய திருடர்கள்
காதலர்களை விட
மருத்துவர்களே அதிகம்

சில்லறை சிதறிக் கிடக்கிறது
மேகங்கள் காவலில்
வானத்து நட்சத்திரங்கள்

இன்று எதிர்ப்பு செய்வோம்
நாளை சேர்ந்து செய்வோம்
அடுத்தநாள் தேர்தல் கூட்டணி

தொடர் விடுமுறை நாட்கள்
கறிக்கடையை சுற்றி
நாய்கள் தென்படவில்லை

சுமையான கண்ணீரை
சுகமாக சேமித்தது
தலையணை பஞ்சுகள்

காலை விடிந்தது
மாலை முடிந்தது
சூரியனின் வேலை

வண்ண மீன்கள்
கண்ணாடி பாட்டிலில்
கடலாய்வு

இன்று எதிர்ப்பு செய்வோம்
நாளை சேர்ந்து செய்வோம்
ஊழலில் பங்கு வைப்போம்

அன்பரசு மணி

வானம் பார்த்த பூமியாக
விரிசல் விழுந்த குளங்கள்
நிரம்பி வழிந்த
உழவனின் கண்ணீர்

அகல்விளக்கு ஒளியை
அணைக்க வருகிறது
மின்மினிப் பூச்சிகள்

கடற்கரையில் காதலர்கள்
பாதச்சுவடுகள் பதிந்ததை
அழித்து சென்றது மழை

நகரும் நட்சத்திரங்கள்
வானில் சொந்தமில்லை
மண்ணில் ஏதிலிகள்

மரங்கொத்தி வீட்டில்
மழைக்கு ஒதுங்கியது
மாமரத்து கிளிகள்

விரிக்க மனமில்லை
மழையில் நனைந்தேன்
கண்ணீரும் கடலில்
கலக்கிறது

ஒரு வண்ணத்துப்பூச்சி
கல்லறையை சுற்றியது
மறுபிறவி

ஆறடி நீளம்
மூன்றடி அகலம்
அன்று மட்டும்
சொந்தமானது சுடுகாடு

கருவறையே
கல்லறையானது
கருவில் கலைந்த
குழந்தைக்கு

ஏற்கனவே நடந்ததுப் போல்
என் நிழல்களை பார்க்கிறேன்
கற்பனை நிசமானது.

குப்பைத் தொட்டியில்
மனம் வீசுகிறது
தலை தவறி விழுந்த
பூக்கள்

ஐந்தறிவு சிவிகளுக்கும்
தலைகவசம் வேண்டும்
இறந்தது சாலையில்

பல ஊர்களுக்கு கேட்டது
பாட்டியின் மரணச்செய்தி
பால் ஊற்றியதால்

நிலவோடு சேர்ந்து
நட்சத்திரங்கள் தேய்கிறது
அமாவாசை நாளுக்கு

நட்சத்திர உணவகத்தில்
சாம்பார் சாதம் சூரியன்
அப்பளம் நிலவாக

ரயில் மறியல் போராட்டத்தில்
ரயிலுக்கு வந்தவர்களும்
போராடினார்கள்
வருமா? வராதா என்று?

மின்சார கம்பியை பிடித்து
உயிர் பிழைத்தான்
பராமரிப்பு வேலையில்

பறவையின் பயணங்களுக்கு
தடையானது செயற்கை
அதையும் தகர்த்தது இயற்கை

நகரும் இரயில்
நகராத தண்டவாளம்
புரிதலோடு நீள்கிறது காதல்

பகல் நிலவு
ரசிக்க யாருமில்லை
சூரியனை வெறுத்தவர்கள்

ஊர் திருவிழா
ஊரே கூடியது
இந்தாண்டாவது
நடத்தலாம் என்று

நகரும் நட்சத்திரங்கள்
நகரும் மேகங்கள்
நாடோடிப் பயணம்

தற்கொலை
செய்து கொள்ள ஆசை
மறுபிறவி இருந்தால்

மழையில் நனைந்தேன்
கண்ணீரும் கவலைகள்
கடலில் கரைந்தது
கங்கைக்கு போகாமல் நிம்மதி

மேலே ராட்டினம் சுத்த
தலை சுத்துகிறது
பணம் சுருட்டிய
திருடர்கள் கீழே

பாதி படித்த நூல்
பகல் கனவில் கண்டு
முடிந்தது கற்பனையில்

முப்பது ஆண்டு ஓட்டுநர்
ஒரே வழித்தடத்தில்
சாலைகளை
வெறுக்கவில்லை

தாவிப் பிடித்த
நட்சத்திரம்
மின்மினிப் பூச்சி

பேருந்து சாளரம்
வேடிக்கைப் பார்ப்பது
பயணங்களின் காதலன்

வாரா விடுமுறை
வடைசுடும் பாட்டிக்கு
அமாவாசை வருவதால்

ஊரே கூடியது
ஊர் திருவிழா
அடுத்த ஆண்டு
நடத்தலாம்

நூலகத்தில் நுழைந்தேன்
நூற்றாண்டுகள் கடந்தேன்
முன்னோர்களை கண்டேன்

அன்பரசு மணி

மூட நம்பிக்கையில்
மூழ்கிப் போனவனை
புத்தகங்கள் மீட்டெடுத்தது

தூக்கி எறிந்தப் பூக்கள்
குப்பை தொட்டியில்
மனம் வீசுது

மேகங்கள் போர்த்தி
பனி சூழ்ந்தப் பகலில்
சூரியன் உறங்குகிறது

உள்ளமும் உடலும்
கலந்ததில் உருவாகி
உதிரமானது சங்கதி

நாம் சேர்ந்து
வாசித்த ஐக்கூ
நம் குழந்தை

இணையத்தில்
வழி மாறியது
அத்தனை உறவும்
அத்தை மாமாக்குள் அடங்கியது

காற்று சொன்ன கவிதை
மரங்கள் எல்லாம் சிரித்தது
மனிதர்கள் உணர்ந்தனர்

ஒரே நேரத்தில்
பதிலும் கேள்வியும்
ஒரே மௌனம்

மாலை மஞ்சள்
மறைக்கப்பட்ட குருதி
நிலாவிற்கு மாதவிடாய்

ஒரே பாதையில் பயணம்
ஓய்வு பெறும் வரை
வெறுக்கவில்லை
சாலைகளை

எரியும் பிணத்தால்
அணையாமல் எரிகிறது
வெட்டியான் அடுப்பு

சூரியன் எழவில்லை
பனி பொழியும் பகலில்
மேகங்கள் போர்த்தி
உறங்குகிறத

வண்ணம் தீட்டிய சுவரில்
வரைந்து வைத்த குழந்தை
ரசித்த விருந்தாளிக்கு மகிழ்ச்சி

தேடித்தேடி அலைந்து
கிடைக்கவே இல்லை
மலைகளின் ரகசியம்

பள்ளிக்கூட வாழ்வில்
பசுமையான நினைவு
மதிய உணவும்
மாலை வகுப்பும்

வானத்தின் ஆடையில்
மாலைநேர செந்நிறம்
நிலவுக்கு மாதவிடாய்

அன்பரசு மணி

வெறுக்கப்பட்ட
கம்பளிப் பூச்சிகளை
ரசிக்க தொடங்கினார்கள்
வண்ணத்துப் பூச்சியாக

கோடை வெயிலில்
வாடாமல் வாழ்கிறது
வாடா மல்லி

வண்ணத்துப் பூச்சி போலே
ஏன் எத்தனை வண்ணம்
ரோசா பூக்கள்

தனக்காக வாழாமல்
பிறருக்காக உழைப்பது
கடிகாரங்கள்

மாலைநேர மழை
சட்டென்று அழைத்தது
கொடியில் துணிகள்

சட்டென்று அடித்தாலும்
இதமாக இருக்கிறது
சாலைப்பயண மழைகள்

காய்ந்த துணிகள்
சட்டென்று அழைத்தது
அந்திமாலை மழைக்கு

இருசக்கர வாகனம்
இதமாக இருந்தது
விபத்துக்கு முன்பு

அன்பரசு மணி

நான் கவிதை கேட்டேன்
அவள் ஐக்கூ தந்தாள்
முத்தங்களால்

நாட்கள் தள்ளிப்போக
செந்நிறமாக நிலவு
வானம் காட்டிக்கொடுத்தது

தேனீக்கள் கூடுகிறது
வீட்டை கலைத்ததுக்கு
விரட்டி விரட்டி கடிக்க

வேலையில்லாப் பட்டதாரி
குழந்தைப் பெறாத
தாய்மை யுடையவள்

மொட்டை மாடியில்
இரவு உணவிற்கு
விருந்தாளியாக வந்த நிலவு

பல பெண்களை பார்த்தும்
சம்பந்தி அமையவில்லை
சம அளவு வசதியில்

வானம் பார்த்தப் பூமியில்
கருமேகங்களை தேடி
காத்திருக்கிறார் விவசாயி

குப்பை குவியலில்
மழலையின் சிரிப்பு
தாயானாள் கைம்பெண்

பணத்திற்காக சேர்ந்து
மணமில்லாமல் பிரிந்தது
வரதட்சணையில்
வாங்கியவன்

பணத்திற்காக சேர்ந்தான்
மணமில்லாமல் பிரிந்தாள்
வரதட்சணை
வாங்கியவனிடம்

மின்னலின்
அழகை ரசிக்கவே
மின் துண்டிப்பு

புத்தரும் கைதாகி
தூக்கு தண்டனை
நாளில் கேட்கப்படும்
கடைசி ஆசை என்ன

திருவிழாவில் வாங்கிய
பலூனின் மூச்சுக்காற்றால்
வீட்டிற்குள் வருமுன்
அப்பா உடைத்தார்

தங்க ஆபரணங்கள்
வசதிக்கேற்ப வட்டி
சேட்டுக் கடையில்

இரவு வானத்தில்
வான் ஊர்தி
வண்ணத்துப் பூச்சி

நெடுங் கவிதை கேட்டேன்
குறுங் கவிதை தந்தாள்
முத்தங்கள்

மண்பானை சமையல்
மறுநாள் வரையில்
மனத்து இருக்கும்
அம்மாவின் மீன் குழம்பு

பிடித்த பாடல்
இறங்கும் இடம்
சில்லறை மீதியில்
கேட்கிறேன் முழுப் பாடலையும்

தெவிட்டாத மழைத்துளி
தேன்னை விட அமிர்தம்
பாலைவனத்தில்

அம்மா மேல சத்தியம்
அனாதை இல்லத்தில்
வளரும் குழந்தைகள்

அவள் முத்தம் கொடுத்த
தழும்புகள் மறையவில்லை
என் காதலின் சாட்சியது

புல்லாங்குழல் ஓசையை
நன்றாக இசைக்கிறாள்
ஊதாங்குழலில்.

கருவாட்டு அருவாளில்
தலையை வெட்டினார்
மீன்கள் சிதறியது

அருகருகே இருந்தும்
பார்த்துக் கொள்வதில்லை
ஒருதலை காதலர்கள்

அன்பரசு மணி

அம்மாவின் கைப்பக்குவம்
கைப்பிடி துணி கருகியது
கறிக்குழம்பு கருகவில்லை

அடைப்பட்ட அலங்கார மீன்கள்
விடுதலை வேண்டி கேட்டது
குழந்தை தள்ளி விட்டது

ஐந்தறிவு சிவிகளுக்கும்
தலைகவசம் வேண்டும்
இறந்துக்கிடக்கும் சாலையில்

வாகன விபத்தில்
துடித்து இறந்தது
சாலையை கடந்த
ஊர்வன உயிர்கள்

சூறைக் காற்றுக்கு
தென்னை மரங்கள்
அத்தனையும் சரிந்தது
இந்தியப் பொருளாதாரமும்

பார்த்து கொண்டே
இருக்க முடியும்
பேசி தொட முடியாது
கண்ணாடி அல்ல
சொல்லாத காதல்

நிம்மதியை தேடாமல்
உறங்கி விடுங்கள்
அதுதான் நிம்மதி.

பொதுச் சொத்தை
பங்கு கொண்டார்கள்
பிணமாகி சுடுகாட்டில்.

கீழே உதிர்ந்த சருகுகள்
மேலே சென்றது
பறவையின் கூட்டில்

மாதா பிதா
மனைவி குழந்தை
ஆண்கள் உலகம்

பெண்ணை விட
ஆண்கள் தான் அழகு
சலூன் கடையில்

பெண்ணை விட
ஆண்களே அழகு
கண்ணாடி முன்

அடைக்கலம் தேடி
அடை மழையில்
நனைந்த பறவைகள்
இலையுதிர் காலத்தில்

ஆயுசு நூறு
பிழைத்து கொண்டான்
மரணத்தின் நாள்
ஒத்திவைக்கப்பட்டது

குழந்தைக்கு
வீடுவரை உறவு
திருவிழா பலூன்கள்

கயிறு இழுத்து வீசினார்கள்
திருவிழாவில் தேர் நகர்ந்தது
அனைவரும் மனிதர்கள்

தங்க கிரீடம்
தலைக்கனம் இல்லை
வழுக்கை தலை

சிறந்த இசைகளை
உருவாக்குகிறது
இயற்கை

பற்பசை போலவே
சாலை பள்ளங்களை
அடைத்துவிட்டது மழை

இமைகளின் சந்திப்பு
முத்தங்கள் பகிர்வில்
ஒருதலை காதலர்கள்

திருச்சுட்டி பூசணிக்காய்
சில்லறையோடு
உடைக்கப்பட்டது
வழிப்போக்கனின்
ஒருவேளை உணவு

எலியும் பூனையும்
உலகை சுற்றியது
சமயலறையில்

தெருநாய்கள் உறக்கத்தில்
கனவை தகர்த்தனர்
காலடி சத்தங்களால்

கையெழுத்துக்கு கையூட்டு
அரசு அலுவலகங்களில்
படித்த பிச்சைக்காரர்கள்

சுட்டெரிக்கும் வெயிலில்
உறங்க மறுக்கிறது
கோடைக் காலத்து சூரியன்

பசி இல்லாமல்
சேமிப்பு தொடர்கிறது
எதிர்கால சங்கதிகளுக்கு
சுவிசு வங்கியில்

விலங்குகள்
பசி தீர்ந்தப்பிறகு
வேட்டையாடு வதில்லை
கம்யூனிசம்

எதிர்கால வாழ்க்கையை
பட்செட்டில் சேர்த்தார்கள்
அரசியல்வாதிகள்

கிராம சபை கூட்டத்தில்
அதிகாரிகள் மட்டுமே
கூட்டமாக இருந்தார்கள்

சொற்கள் களவாடி
கவிதைப் போட்டியில்
கவிஞன் ஆனான்

நாட்டுக்காக போராடாமல்
நோட்டுக்காக போராடினான்
தேர்தலில் பணம் பட்டுவாடா

கற்றான் வரவில்லை
காதலித்தான் வந்தது
கவிதைகள்

நெஞ்சினில் தோட்டா
புறமுதுகிட்டு ஓடவில்லை
சரித்திர வீரமரணம்

போர்க்களத்தில்
எதிரிகளை அழித்தவன்
நெஞ்சினில் தோட்டா
இந்திய இராணுவம்

கூரை வீட்டில்
கூழும் கஞ்சியும்
அயிரை மீன் குழம்பு
ஆயுசு நூறுக்கு மேல்

தாத்தாவின் பாதி
அப்பாவின் மீதி
மகனின் முழுவதும்
பெயர் கெட்டது குடிகாரன்

கல்லூரி மரங்கள்
வெட்டப்பட்ட இடத்தில்
காலத்தையும் தாண்டி
காதல் நினைவும்
அழித்துவிட்டது

நம்பிக்கையான விதத்தில்
எல்லோருக்கும் தெரியும்
யாரையும் நம்பாதே

குலம் காக்கும்
குலம் அழிக்கும்
குலதெய்வம்

நிர்வாணம் ஆனேன்
என்னைச்சுற்றி பெண்கள்
பிரசவ அறையில்
ஆண் குழந்தை

நட்சத்திரங்கள்
இல்லா இரவுகளில்
நிலவு ரசிக்கப்படுவதில்லை

அமாவாசை நாளில்
நட்சத்திர சோறு
குழந்தை உண்ணுவதற்கு

மேகங்கள் தாழ்வாக
வேகமாக செல்கிறது
நாளை மழையுண்டு

நிலவுயில்லா இரவில்
நட்சத்திர சோறு
குழந்தை உண்ணுகிறது

நட்சத்திரங்கள்
இல்லாத இரவில்
அதிகாலை மழை

நகர்ந்து சென்ற மேகங்கள்
பாலைவனத்தில் அடைமழை
ஒட்டகங்கள் குளித்தது

நகரும் நட்சத்திரங்கள்
பால் வீதி உலாவில்
அழகானது வானம்

வேகமாக செல்கிறது
மேகங்கள் தாழ்வாக
பிடித்துவிட ஆசை

தண்ணீரில் வாழாத
ஒரு வகையில் இதுவும்
விண் மீன் தான்

வெயிலின் தாக்கம்
சாலையில் வெறிச்சோடி
வெட்டிய மரங்களை வருந்தி
வேதனையுடன் நடந்தான்
வெருங்காலோடு

கருகலைந்தது
கருமேகங்கள்
மண்ணில் மழை

நகர்ந்த மேகங்கள்
காணவில்லை
கரைந்து மழையானது

சூரியன் மறைந்து
விடுதலை தந்ததாக
நிலவோடு வானத்தில்
விண்மீன்கள் நகர்கிறது

குடை இருந்தும்
மழையில் நனைந்தேன்
விரிக்க மனமில்லை

மரங்கள் நிறைந்த
ஊர்களில்
விலங்குகள் வாழ்கிறது
மனிதர்களுடன்

மரணங்கள்
கொண்டாடப் படுகிறது
கிராமங்களில் மட்டும்

கால நேரம் சரியாக
தான் ஓடுகிறது
ஓடியவர் நடந்தால்
வாழ்க்கை அப்படித்தான் நடக்கும்

நேரம் கிடைக்கும் போது
நேரத்தை சேமித்துவிடுங்கள்
பிறகு செலவு செய்யலாம்

வாட்டும் வெயிலில்
உடலை காயவைத்தது
கோடை மழை

புகார்களை கூறியது நாக்கு
புறம் தள்ளினார்கள் மனிதனை
வாய்மை வெல்லும்

அமாவாசை மட்டும்
காகத்திற்கு சோறு
மற்ற நாள்களில்
நிலவுக்கு நிலாச்சோறு

மௌனங்களுடன் நான்
குளம்பியுடன் அவள்
ஐக்கூக்க்கள்

சாதி மதம் இனம்
பார்த்து வருவதில்லை
மரணங்கள்

சுடும் நெருப்பு
கொட்டும் மழையில்
கோடைக்காலம்

பேருந்து சாளரம்
திறந்தேன் மூடினேன்
வெளியே குளிர்காற்று
உள்ளே குளிரூட்டப்பட்ட காற்று

மீண்டு வருவதற்கு
ஒருமாத விடுமுறை
ஊரை உலுக்கிய புயல்

காகம் கரைகிறது
ஒரு ஆண்டுகள் கழித்து
விருந்தாளியாக வந்த
தாத்தாவும் பாட்டியும்

இவ்வுலகின்
மிகப்பெரிய அதிசயம்
நம் கற்பனை தான்

காதல் ஒருவிதமான போதை
அதை அனுபவிக்காதவர்கள்
தள்ளாடியதில்லை

தேவதைகள்
இல்லாத ஊரில்
கோவில் இருந்தும்
பயனில்லை

இட ஒதுக்கீட்டில்
மேல்வீடு தனி
கீழ்வீடு தனி
சமமாகப் பிரித்த கொத்தனார்

கலைந்து சென்ற
மேகங்கள் எல்லாம்
என்னிடம் சொல்லாமல்
சென்ற கவிதைகளே.

துப்பாக்கி ஏந்திய கையில்
பூவாக பிஞ்சு குழந்தை
எதிரி நாட்டு அடைக்கலம்

உரிமையுள்ள வானில்
நகரும் நட்சத்திரங்களாக
நாடுவிட்டு நாடுசெல்கிற
ஏதிலிகள்

நிலவு இல்லாத இரவில்
நகரும் நட்சத்திரங்கள்
ரசிக்கப் படுகிறது

தட்டான் பிடித்து ரசித்து
தாடி வளர்த்து திரிந்தான்
காதல் கிறுக்கன்

நகரும் மேகங்கள்
நானும் நகர்கிறேன்
பூமி சுற்றியதால்

காதலனோடு தன்னையும்
கருப்பாக்கி கொண்டாள்
நிழற்படத்தில்

முதலாளிகளின்
அமைதி போராட்டம்
தொழிலாளர்களின்
சம்பள உயர்வு

செவத்தழகி காதல்
கருத்த மச்சானுக்கு
கலப்பு திருமணம்

தனித்தீவில் வசிப்பது
கொடுமையானது
தனியாக வாழ்வதால்

மேல் வீடு தனி
கீழ் வீடு தனி
சமமாகப் பகிர்ந்தார்
அடுக்கு மாடிக் குடியிருப்பு

மேற்குதொடர்ச்சி மலையை
ஒருமுறை சுற்றி வந்தால்
பூமியை சுற்றியதுக்கு சமம்

தாத்தாவும் பேரனும்
தேநீர் கோப்பையுடன்
சமமாகப் பகிர்ந்தார்கள்
தலைமுறைச் சொத்தை

வெள்ளை அறிக்கை
சுவிசு வங்கி மூடலால்
உலகமே தள்ளாடியது

கிராமங்கள்
நகரங்கள் ஆனது
குளத்தில் கட்டிய வீடுகளால்

தேடித் தேடி அமைக்கிறது
இறைவனின் விளையாட்டு
இருமனம் இணையும்
திருமண முடிச்சு

அடைமழையால்
விடாமல் குளித்தது
கொடியில் காய்ந்த துணிகள்

தேடித் தேடி அலைந்தாலும்
கிடைக்கவில்லை
நிம்மதியான வாழ்க்கை

கனத்த மழையில்
சாந்தமாய் இடியுடன்
இசைக்கிறது மேகங்கள்

இயற்கை அழகென்பது
ஆச்சரியமாக இல்லை
ரசிப்பதற்கு உள்ளது

மரம் வளர்ப்போம்
மழை பெறுவோம்
தொழிற்சாலை பலகையில்

நடைபாதை கடையில்
கோடிகள் புரளுகிறது
லாட்டரி சீட்டு

வானம் வேடிக்கை
பார்க்கின்றது
மண்ணை சொந்தமாக்கும்
மனிதர்களை

வானம் வேடிக்கை பார்க்கின்றது
மண்ணை சொந்தமாக்கும் மனிதர்களுக்கு
மழைப் பொழிய வேண்டாமென்று

சிறகில்லாமல்
பறக்கிறது
மனப் பறவை

இயற்கையிடம்
இறைவன் தலைகுனிந்தான்
மிருகங்களோடு நிறுத்திருக்கலாம்
மனிதர்களைப் படைக்காமல்

விற்கப்படாத மீன்கள்
மறுநாள் காலையில்
விற்கப்படுகிறது
குளிரூட்டப்பட்டு

மரத்தின் சாயல் மதிப்பு
மலர்களுக்கு தெரிவதில்லை
முதியோர் இல்லத்தில்

இறுதிச்சடங்கு ஊர்வளத்தில்
வண்டுகளும் கலந்தது
பூக்களுடன்

வானம் அதிர்கிறது
ஒன்றோடொன்று
உரசி செல்கிறது
சோடி பறவை

மனிதர்களின்
பாவ கணக்கு கூடியது
கோவில் உண்டியல்கள்

பட்டம் வாங்கி பறக்கிறேன்
வண்டுமாடு நினைவு வந்தது
வானூர்தி பயணத்தில்

சொர்க்கத்தில்
சேர வேண்டியவரை
மீண்டும் நரகத்தில் தள்ளியது
அறுவைச்சிகிச்சை வெற்றி

மிதித்தாலும்
எல்லாம் காலமும்
தன் ஆதிக்கத்தை
விடுவதில்லை காலணிகள்

அப்பா மகள்
மீன் கடையில்
இறந்த மீனுக்கு
இறக்கப்பட்டாள்

உண்மை காதல்
கையூட்டு இல்லாத
அதிகாரிகளைப் போன்று

உலகமே தள்ளாடியது
உலறள் திரும்வரை
குடிகாரன் பேச்சு

அடை மழையில்
பறவைகளுக்கு
பயன்பாடத குடை
அலைவரிசை

பூத்தப் பூக்கள்
காத்திருக்கின்றது
சருகாகும் வரையில்
ஒருதலை காதல்
விரிந்த வானம்
சிறிதாக தெரிகிறது
குளத்தில்

தெருவிளக்குகள்
தேர்தல் வந்தவுடன்
வெளிச்சம் தருகிறது

குளங்களோடு
குலமும் அழிந்தது
விவசாயம்

அடுத்த நாட்டிற்கு போர் தொடுக்க
சென்ற சூரியன் வரவேயில்லை
மேகங்கள் கண்ணீர் சிந்தியது

சூரியனை விரும்பும்
நிலவிற்கு துணைப்போகிறது
நட்சத்திரங்கள்

மூங்கில் காட்டில்
குயில் பாட்டு
மறைந்துவிட்டது
வெட்டப்பட்ட மூங்கிலால்

நதிகளில் கரைந்து
கடலில் மூழ்கி
அலையாய் எழுந்தது
நாம் செய்த பாவங்கள்

சுடுகாட்டுக்கு செல்லும் வழியை
கைத்தடி குச்சிகளால் நிற்கிறது
தடுமாறி விழுந்தால் கல்லறைக்கு தான்

உன் உருவமாக உருமாறி
உன்னை நினைக்க செய்யுது
மேக கூட்டங்கள்

விழியின் ஓரம்
வலியும் ஈரம்
வழியுதே நினைத்து

விழித்ததும்
நிறைந்துள்ளன
வலிகள் சுமக்கும்
காலை கவலைகள்

தோட்டத்தில்
செம்பருத்திப் பூ
அழகாக இருந்தது
அவளது கூந்தலில்

கடவுளின் கவிதை
உருவங்கள் இறந்துவிடும்
உதிரங்கள் வாழ்ந்திருக்கும்

பேருந்து புறப்பட்டு
தருணத்திலிருந்து
தோள் கொடுத்தது
சாளர கம்பிகள்

என் தென்றல் காற்று
எங்கோ பயணிக்கும்
அவளை சுற்றியே

மரங்கள் இல்லாத
ஊர்களில்
மரங் கொத்து வதில்லை
மரங்கொத்தி

சாதாரண நாள்
மொட்டை மாடியில்
காக்கா கூட்டமே
அமர்ந்துண்டது
அன்னதானம்

ஆமையை போலவே
என் தனிமை இரவும்
நித்திரை இல்லாமல்
நகர்கிறது

இயற்கையை
அறிந்துவிட்டால்
இறைவனை
அடைந்து விடலாம்

\

நட்சத்திரங்கள்
வேடிக்கை பார்க்கிறது
வானவில் மின்னுவதை

மேகங்கள் தாழ்வாக
வேகமாக செல்கிறது
தென்மேற்கு பருவக்காற்று

நானும் சிநேகிதியும்
சேர்ந்திருந்த நாள்கள்
வானில் நட்சத்திரங்களாக.

நூல் ஆசிரியர்	:	அன்பரசு மணி
மாவட்டம்	:	புதுக்கோட்டை
பணி	:	உதவிப்பேராசிரியர் வணிகவியல்
கல்வித் தகுதி	:	இளங்கலை வணிகவியல்
		முதுகலை வணிகவியல்
		ஆய்வியல் நிறைஞர் வணிகம்
பட்டயம்	:	முதுகலை கணனி பயன்பாடு
சிறப்பு	:	தனித்தமிழ் எழுத்தாளர்
விரும்புவது	:	மழையும் மலையும், உணவும் ஊர்திப்பயணமும்.
விரும்பாதது	:	சொல் ஒன்றும் செயல் வேறொன்றும்

சொல்ல நினைப்பது : ஏற்கனவே நிறையபேர் நிறையவே சொல்லிவிட்டார்கள். இருந்தாலும் நானும் சொல்கிறேன்

"ரசிக்க (எப்படியெல்லாம்) கற்றுக்கொள்ளுங்கள், அது உங்கள் வாழும் முறையை மாற்றும்".

அன்பரசு மணி

அன்பரசு மணி